భాషలు పైశాచీ భాషలైనట్టు, మన వ్యావహారిక భాష పండితుల దృష్టిలో గ్రా
భాష అయింది. పండితులు దానిని చిన్నచూపు చూశారు. సజీవమైన భాషను చ
అని చూశారు తెలుగు పండితులు. అటువంటి తరుణంలో బ్రౌను దొర తెలుగుభా
గౌరవాన్ని కల్పించాడు. తెలుగుభాషకు నిఘంటువులు తయారు చేయించాడు. తాళ
గ్రంథాలను సేకరించి ఒకచోట భద్రపరిచాడు. సూక్తులతో నిండియున్న వే
పద్యాలను సేకరించి ఒక శతకంగా కూర్చాడు.

మన భాషలోని సొగసులను ఎరిగి, ఛందస్సును నేర్చుకొని, కవిత్వం వి
సృష్టించి మన తెలుగు భాషను ప్రేమించి, గౌరవించిన వాడు బ్రౌనుదొర. ఈ
దొర సృష్టింపు తెలుగు భాషకు వచ్చిన తర్వాత తెలుగు భాష గొప్పదని మన తె
వారు తెలుసుకొన్నారు. తెలుగు భాషకు ఈ బ్రౌన్ దొర చేసిన సేవలకు మన తె
వారు జోహార్లు అర్పించాలి.

ఇంక మెకంజీ దొరగారు తెలుగుజాతికి చేసిన సేవల గురించి చెప్పడ
అలవికాదు. మన పల్లె ప్రజల గురించి, గ్రామీణజీవితం గురించి, మన ఆ
వ్యవహారాల గురించి, పండుగ పబ్బాలగురించి, గ్రామదేవతల గురించి, తెలుగుకి
గురించి ఇదీ అదీ అని చెప్పడం ఎందుకు తెలుగు హృదయాల గురించి అనేక
యాలను సేకరించి భద్రపరచాడు ఈ మెకంజీ దొర. ఆనాడు ఆయన ఆ ఘనకా
చేయకపోయుంటే మన సాంఘిక చరిత్ర ఎంతో మరుగున పడిపోయేది. ఆం
సాంఘిక చరిత్ర చీకటిలో ఉండిపోయేది. మన బిడ్డలు బడుల్లో చదువుకొనే చ
పుస్తకాలలో ఏముంది ? అదే మన చరిత్ర అనుకొంటే అదొక పెద్ద పొరపాటు

రాజులు, రాణివాసాలు, వారి వినోదాలు, తగువులు, కుట్రలు, యుద్ధ
రక్తపుచేరులు, విజయ పతాకాలు, చెరసాలలు గిట్టని వారి గురించి నీచంగా చ
చదం పేజీలోనే మన చారిత్రక పాఠ్యపుస్తకాలు నిండి ఉంటాయి. కృష్ణదేవరా
విలుకలు, దండికొప్పులను వేసేవాడని ఒక చరిత్రకారుడు వ్రాశాడు. ఇంతక
విస్తారమైన విషయం వేరొకటి ఉండదు. ఇంతకన్నా రుచికరమైన మాంసం
చక్రవర్తికి లభించలేదా ? లేడి, దుప్పి, మేకలు విజయనగరంలో కరువైనా
ఇలాంటి పిచ్చి వ్రాతలే వారి హృదయాలను విస్మయపరిచేలా ఆకర్షిస్తాయి. ఇలాంటి వ్రా
లోక చరిత్రను ఎంతవరకు ఏకపక్షంగా మన్నించి ఆ రచయితలు అర్థంచేసుకొనాలి

మెకంజీ దొర గ్రామాన్ని ఒక ప్రమాణంగా తీసికొన్నాడు. ఒక పల్లె,
పల్లెలో ఒక చెరువు, దాని గట్టున గుడి, గుడిలో అర్చకులు, అర్చన విధాన

ఊరిలో నివసించే ధనికులు, వారి ఇళ్లు, వారి సంస్కారం, గౌరవ మర్యాదలు, కరణం, మునసబు, వారి విధులు, ఇతర వర్గాలవారు, వారి వృత్తులు, వాటిలో వారి నైపుణ్యం, పండితులు, కవులు, గాయకులు, వర్తకులు, వారి చాతుర్యం, ఇంకా ఇలాంటి సాంఘిక, సాంస్కృతాది విషయాలను సేకరించి వ్రాయడానికి కొంత మందిని ఆయన నియమించాడు. వీరందరూ దేశభక్తి, జాతి అభిమానం గలవారే గాని కాసులకోసం తమ జీవితాలను అమ్ముకొన్న వారు కారు. తమని నమ్మిన తెల్ల దొరకు న్యాయం చేకూర్చారు.

రాజా వేంకటాద్రినాయుడు తన భవన నిర్మాణానికి 'దీపాల దిన్నె' బౌద్ధ స్థూపాన్ని నాశనంచేసి ఆ యిటుకలను ఉపయోగించుకొన్నాడు. సుందర శిల్పా ఖండిన పాలరాతి పలకలను కాల్చి, సున్నం చేసి తన యింటి గోడలకు వెల్ల వేయించాడు. ఈ విషయాలు ఒక కైఫియత్‌లో ఉన్నాయి. ఈ విధంగా నల్ల జాతి భారతీయులు తమ దేశ చరిత్రకు సంబంధించిన సాక్ష్యాధారాలను నాశనంచేస్తే మన దేశానికి ఇంగ్లండ్‌నుండి వచ్చిన ఒక తెల్లదొర వాటిని భద్రపరచి మనకే అంద జేశాడు. ఇది అతి విచిత్రమైన విషయం.

శాసనాలను, ప్రాచీన తాళపత్ర గ్రంథాలను చదివి వ్రాయడానికి తెలుగు, కన్నడ, తమిళ, మరాఠీ పండితు లనేక మందిని వేతనాల నిచ్చి నియమించాడు. సప్తభాషా విశారదుడు ఏలూరు వాస్తవ్యుడైన కావలి వేంకట బొర్రయ్య ప్రాచీన లిపిని చదవడంలో ఈ దొరకు తోడ్పడ్డాడు. మన దేశ చరిత్రను మనం తెలుసు కొనడానికి ఈ తెల్లదొర ఎంతో శ్రమించాడు. అందుకు అతనికి బ్రిటిష్ సామ్రాజ్య పతులనుండి తగినంత ప్రోత్సాహం లభించింది. అదే ఈ రోజుల్లో అయుంటే ''బానిస లను బానిసలుగా ఉంచక వారిని విజ్ఞానవంతులను చేస్తావా ?'' అని అతనిని అధి కారులు మందలించడమే కాక బర్తరఫ్ చేసేవారేమో !

ఈ మెకంజీ కైఫియత్‌లను చదివితే మనది ఎంత విశిష్టమైన జాతో, మన సంస్కృతి ఎంత గొప్పదో; మనకు ఎంతటి హృదయ వికాసం గలవారమో తెలుసు కొని, ఉప్పొంగి పోతాం. ముఖ్యంగా జానపద కళాభిమానులు ఈ కైఫియత్‌లలో కొన్నింటినైనా చదవాలి. అందుకనే ఈ మెకంజీ దొరగారిని ఒకసారి ఇక్కడ స్మరించాను, ఇంక అసలు విషయానికి వస్తాను.

పగటి వేషాలు :

ఆ పాత్రకు చెందిన జాతివారి వేషభాషలను, ఆచారవ్యవహారాలను చక్కగా పరిశీలించి, అభ్యసించి చివరకు వాటిని ప్రదర్శించి ఆ జాతివారికే భ్రమ కలిగించేటంత నైపుణ్యంతో వాటిని ప్రదర్శిస్తారు. చివరకు వారు చెప్పేవరకు అతనిది పగటి వేషమని ఎవరూ గ్రహించలేనంత సహజంగా ఆ వేషధారణ, ఆ పాత్రపోషణ ఉంటాయి. బహురూపాలను ఈ విధంగా ధరించడం వలన వీరిని బహురూపు లన్నారు. ఈ వేషాలను పగటిపూటే ధరించి చూపరులకు భ్రమ కలిగించగలరు గనక వీటిని పగటి వేషా లన్నారు. అయితే ఈ కళ ఎప్పటి నుండి ప్రచారంలోకి వచ్చిందని మనం పరిశోధిస్తే ఇది పురాణ పురుషులలోనే ప్రారంభమయినట్టు రూఢవుతూంది. పురాణేతిహాసాల్లోని ఈ వేషధారణ గురించి ముందుగా తెలియజేస్తాను.

సిరియాళ చరిత్ర :

ఆదె జంగంలాగ శివుడు, జంగమ దేవర వేషం ధరించి సిరియాళుని తండ్రి శివభక్తిని పరీక్షించ దలచుకొని వారి ఇంటికి వెళ్ళి భిక్ష అడుగుతాడు. ఆ శైవభక్తి పరాయణుడు ఆ భిక్ష ఇవ్వడానికి అంగీకరిస్తాడు. ఆ మాయ వేషధారి, శివుడు నర మాంసాన్ని వండి పెట్టమని అడుగుతాడు. అడినమాట నిలబెట్టుకొనడానికి అతని కుమారుడైన సిరియాళుడు, తనను వధించి, వండి తమ అతిథికి ఆహారంగా పెట్టమని తండ్రితోచెప్పి, అందుకు సిద్ధమౌతాడు. శివుడు అతని భక్తికి మెచ్చి వారికి ప్రసన్నుడౌతాడు.

పార్వతీ పరిణయం :

పార్వతీదేవి భక్తిని పరీక్షించదలచి శివుడు మాయా బ్రహ్మచారిగా పార్వతి దగ్గరకు వస్తాడు. ఆమె భక్తిని పరీక్షించి, మెచ్చి, ప్రసన్నుడై ఆమెను పెండ్లి యాడతాడు.

జరాసంధ వధ :

ఎంతో క్రూరమైన రాక్షసుడే అయినా జరాసంధుడు బ్రాహ్మణ భక్తిగలవాడు. అందువల్ల కృష్ణుడు, భీముడు బ్రాహ్మణ వేషాలు ధరించి అతని కోటలో ప్రవేశిస్తారు. అనేక విధాలుగా వారు నటించి, వారు బ్రాహ్మణు లన్న భ్రమను జరాసంధునికి కలిగిస్తారు. విప్రులు పొందవలసిన సకల మర్యాదలను జరాసంధుని నుండి పొంది, అతనినే వారు హతమార్చారు.

జరాసంధుని రాక్షసుడని అనడానికి వీలులేదు.అతడొక శక్తిమంతుడైన రాజు. అతని శత్రురాజులు ఆతనికా బిరుదునిచ్చారు. గెలిచినవాడు ఓడిపోయిన వానిని ఎప్పుడూ నీచంగానే చూస్తాడు. దేవతలు రాక్షసుల్ని ఇలాగే చూశారు. అనాదినుండి లోకంలో వస్తున్న ఆచారమే ఇది. వీరేకాదు వీరి సంతతులవారు గూడా ఆ సంతతుల వార్ని అలాగే చూడ్డం వంశపారంపర్యంగా వస్తూ ఉంటుంది.

మన పురాణేతిహాసాలను నిశితంగా పరిశీలించి చూస్తే దేవతలకన్నా రాక్షసులే నిష్ఠాగరిష్ఠులని తెలుస్తుంది. అనేకసార్లు దేవతలే రాక్షసుల్ని మోసంచేసి విజయం సాధించారు. దేవతలు సురాపాన ప్రియులు. అందువల్లనేవారు "సుర" లయ్యారు. రాక్షసులు సురాపానం చేయరు గనుక వారు "అసుర" లయ్యారు. కాని అలాంటి వారిని నరమాంస భక్షకులుగా, కల్లు త్రాగేవారుగా, క్రూరులుగా, నీతిమాలినవారినిగా మన పౌరాణిక కథలలో చిత్రీకరించారు. ఇదంతా సవతుల పిల్లల మధ్య రాజ్యకాంక్ష వల్ల వచ్చిన ద్వేషం. రాక్షసులు శివ భక్తులు, దేవతలు విష్ణు భక్తులు. భక్తులకు వరాలను ప్రసాదించడమేగాని వారిని అదుపాజ్ఞలలో పెట్టడంగాని, వారిని ఆపదలలో రక్షించడంగాని శివునికి తెలియదు. విష్ణువు అలా కాదు, తనను నమ్మి, పూజించేవారిని కంటికి రెప్పలాగ కాపాడుతూ ఉంటాడు. అందువల్ల దేవతలను ఎప్పుడూ కాపాడుతూ వచ్చాడు. ఇతడు దేవతల పక్షపాతి.

ఇంద్రుని బ్రాహ్మణ వేషం :

బ్రాహ్మణ వేషం వేసికొని, కర్ణుని వద్దకు ఇంద్రుడు వచ్చి, దానాన్ని అశిస్తాడు. ధర్మదాత అయిన కర్ణుడు ఏమి కావాలో కోరుకొమ్మనమని ఆ మాయా విప్రునితో అన్నాడు. ఆతడు కవచకుండలాలను దానంగా అడుగుతాడు. మాటతప్పని ఆ దాన కర్ణుడు తన కవచకుండలాలను కోసి ఇస్తాడు.

రావణుడు :

మాయా జంగం వేషం వేసికొని, సీతాదేవిని మోసంచేసి ఆమెను తన లంకా నగరానికి రావణుడు ఎత్తుకొని పోయాడు.

శ్రీకృష్ణదేవరాయలు :

తిమ్మరుసుతో సహా శ్రీకృష్ణదేవరాయలు పగటి వేషంవేసికొని వెళ్లి, అన్న పూర్ణాదేవిని పరిణయమాడాడు.

త్రిమూర్తులు :

త్రిమూర్తులు విప్రులవేషం వేసికొని, అనసూయాదేవి ఇంటికి వెళ్లి ఆతిథ్యమడిగారు. ఆమె వారిని సాదరంగా ఆహ్వానించి, గౌరవించి, వంట వండి, వడ్డించింది. ఆమె దివస్త్రయై వడ్డిస్తే గాని వారు తినమన్నారు. ఆమె తన ప్రాతివ్రత్యంతో ఆ త్రిమూర్తులను పసికూనలుగా మార్చివేసి, వారి కోరికను తీర్చింది.

వామనుడు :

మరుగుజ్జు బ్రాహ్మణ యువకునిగా విష్ణుదేవుడు వేషంవేసికొని, బలిచక్రవర్తిని మూడడుగుల భూమిని దానమడిగి, అతని మోసగించి, అతన్ని అంతమొందించాడు.

కిరాతార్జునీయం :

ఒక కిరాతకుని వేషంలో వచ్చి, అర్జునునితో శివుడు యుద్ధంచేసి, అర్జునుని విలువిద్యా పాటవాన్ని పరీక్షించి అతనికి పాశుపతాస్త్రాన్ని బహూకరించాడు.

మాయల ఫకీరు :

మాయల మరాఠీవేషంలో వచ్చి, బాలనాగమ్మను మాయల ఫకీరు చెరబట్టాడు.

భట్టి, విక్రమార్కులు :

బ్రాహ్మణవేషాలు వేసికొని, దేశంలో పర్యటించి, దేశ చరిత్రను, సంస్కృతిని, స్థితిగతులను అవగాహన చేసికొన్నారు.

మరాఠీదండు :

గాయక వేషాలు వేసుకొని, సింహగడ్ దుర్గం ప్రవేశించి, శివాజీకి విజయాన్ని చేకూర్చారు.

రాజా కళింగ గంగు :

పగటి వేషగాళ్ళతో చేరి, పగటివేషం వేసుకొని తనరాజ్యాన్ని తిరిగిపొందాడు.

అలగ్జాండరు :

గ్రీకు చక్రవర్తి అలగ్జాండరు రాజకీయదూత వేషంవేసుకొని పురుషోత్తముని ఆస్థానం ప్రవేశించాడు.

తమ కోర్కెలను నెరవేర్చుకొని, విజయం సాధించిన పగటి వేషగాళ్ళగురించి పైన ఉదహరించాను. అయితే చేతకానివారు అంటే తాము ధరించనున్న పాత్ర యొక్క వేషభాషలను, ఆచార వ్యవహారాలను క్షుణ్ణంగా అలవరచుకోకుండా పగటి వేషంవేసి మోసం చేయాలనుకొంటే, వారికిపోక తప్పదు.

ఒకసారి మనదేశంలో విపరీతమైన కరువు వచ్చింది. పేదవారు తినడానికి తిండిలేక నానా అవస్థలూ పడవలసి వచ్చింది. ఒక పేదవాడు దాసరి వేషం వేసికొని కుటుంబాన్ని పోషించుకోవాలనుకొన్నాడు. దాసరి వేషం వేసికొన్నాడు. తలమీద రాగి గుమ్మని చెంబు పెట్టుకొన్నాడు. ''హరిలో రంగా హరి'' అంటూ భిక్షాటనకు బయలుదేరాడు. కొందరు గృహిణులు అమాయకంగా అతనికి భిక్షవేశారు. సంగీతం బాగా తెలిసిన ఒక గృహిణి ఈతని పాట విని, ఇతడు దొంగ దాసరి అని గ్రహించింది. అయినా ఆమె దయదలచి కొన్ని బియ్యం తెచ్చి, అతని అక్షయపాత్రలలో వేస్తూ, ''కరువుకు దాసరి వయ్యావు గాని, పాట ఎక్కడినుండి వస్తుంది? కాస్త పాటకూడా బాగా నేర్చుకో" అంటూ ముసిముసిగా నవ్వింది. ఆ మాయ దాసరి ఆ మాటలు విని నిర్ఘాంతపోయాడు. తర్వాత తేరుకొని ''ఉదర నిమిత్తం బహుకృత వేషం'' అన్నాడు.

పగటి వేషాలను వృత్తిగా స్వీకరించి, ప్రజలకు వినోదం చేకూర్చడంలో గడ్డిపాడు బ్రాహ్మణులు ప్రసిద్ధిచెందారు. కూచిపూడి భాగవతులలో కొందరు ఆదిలో వీరినుండి ఈ పగటి వేషధారణను అభ్యసించి, నిష్ణాతులైనారు. తర్వాత సున్నం వీరయ్య, ఆయన బృందంవారు ఈ విద్యను కడు నేర్పుతో ప్రదర్శిస్తూవచ్చారు. వీరు విశ్వకర్మలు. ఈ సున్నం వీరయ్య వంశంవారు కొందరు నేటికీ ఈ విద్యను ప్రదర్శిస్తున్నారు. కాని కూచిపూడి వారు ప్రదర్శించడంలేదు.

గడ్డిపాడు, కూచిపూడి బ్రాహ్మణులు ప్రదర్శించిన కొన్ని ముఖ్యమైన పగటి వేషాలు :

(1) బుడబుక్కల వాని వేషం, (2) బైరాగి వేషం, (3) జంగం వేషం, (4) ఎరుకల సాని వేషం, (5) కోయవాని వేషం, (6) సింగీసింగడు, (7) కాశీకావిడి, (8) పిట్టలదొర, (9) దేవరపెట్టె, (10) మేజువాణి, (11) సాతాని, (12) ఫకీరు మొదలైనవి.

వీటన్నింటికంటె ముఖ్యమైంది అర్ధనారీశ్వరీవేషం. వామభాగం పార్వతిగాను, దక్షిణభాగం శివునిగాను వేషంవేసికొని, తెరతో ఒక సగభాగాన్ని కప్పు

కొని లాస్య, తాండవాంపు ఒక దాని తర్వాత ఒకటి ప్రదర్శించాలి. నర్తన విద్య బాగా తెలిసిన వారు తప్ప ఇతరులు దీనిని ఒప్పించలేరు.

వివిధ కాతులవారికి, తెగలవారికి వినోదాన్ని చేకూర్చే ప్రత్యేక బృందాలవారు పూర్వ కుండేవారు. అట్టివారే విప్రవినోదులు, సాధనాశూరులు, సయ్యాంవారు, కాటి పాపలు.

విప్రవినోదులు :

ఇంద్రజాల మహేంద్రజాలంతో బ్రాహ్మణతెగవారికి వీరు వినోదాన్ని చేకూర్చే వారు.

సాధనశూరులు :

వీరు కూడా ఇంద్ర మహేంద్రజాల విద్యలతో సేనాపతులకు వినోదాన్ని కలిగించేవారు.

సయ్యాంవారు :

మార్కండేయ పురాణం అంటే పద్మపురాణాన్ని కేళికగా ప్రదర్శించి, దేవాంగులకు, పద్మసాలీలకు వినోదాన్ని చేకూర్చేవారు.

కాటిపాపలు :

వీరు ఇంద్రజాల, మహేంద్రజాల విద్యలతో పంచమ కులాలవారికి వినోదం కలిగించేవారు.

రౌంజలవారు :

విశ్వకర్మ పురాణగాథలను రౌంజ వాయిద్య ఆధారంతో గానంచేసి, విశ్వకర్మ తెగలవారికి వినోదాన్ని చేకూర్చేవారు.

పై ఇంద్రజాల విద్యలన్నీ నేటి మేజిక్ విద్యవంటివి.

రెండు బహు చక్కని వినోదాంశాలను సాధనశూరులు ప్రదర్శించేవారు :

వెండుతో, వెండుపుల్లంతో వీరు ఒక పల్లకీని తయారుచేసేవారు. ఒక వ్యక్తిని పెండ్లికుమారుని లాగ అలంకరించి అందులో కూర్చోబెట్టి, నలుగురు వ్యక్తులు బోయీలలాగ వేదికపైకి మోసుకొని వచ్చేవారు. ఆ పెండ్లి కొడుకు పల్లకీ దిగి వేదికపైని నిలబడేవాడు. ఆ బోయీలు ఆ పల్లకీని నలిపి, ముద్దచేస్తే, గుప్పెడు

బెండు ముద్దగా తయారయ్యేది. అంత పెద్ద పెండ్లికొడుకును ఆ పల్లకిలో ఎలా మోసుకొని వచ్చారని ప్రేక్షకులు ఆశ్చర్యపోయేవారు. అదే ఆ విద్యలోని విశేషం.

అత్యంత అద్భుతమైన మరొక అంశం ఇష్టదేవతా సందర్శనం. ఒక ఇటుకను నేలపైని నిలబెడతారు. దాని చుట్టూ తెరవేస్తారు. ఆ తెరలోకి ఒక వ్యక్తి వెళ్తాడు. గంటలను వాయిస్తూ కొంతసేపయిన తర్వాత ఆ తెరను తొలగిస్తాడు. దైవ దర్శనమౌతుంది. ఆ యిటుక ఉండినచోట దేవుని చిత్రపట ముంటుంది. దానికి పూలమాల లుంటాయి. ధూప, దీప, నైవేద్యా లుంటాయి. కర్పూరహారతి ఇస్తారు. ప్రసాదం పంచి పెడతారు. తర్వాత మళ్లీ తెరవేసి, తీస్తారు. అన్నీ మాయమయి ఇటుక దర్శనమిస్తుంది.

దొమ్మరులు :

వీరి విద్యను దొమ్మరి ఆట అంటారు. నేడు సర్కసుల్లో ప్రవర్తింపబడుతున్న అనేక అంశాలను వీరు చిన్న ఖాళీ స్థలంలో, నాలుగు రోడ్లకూడలిలో ప్రవర్తించగలరు. ఒక దొమ్మరసాని పొడుగాటి గెడపైకి ఎక్కి పలురకాలుగా ఆడడం అత్యంత అద్భుతంగా ఉంటుంది. ఇంకొక దొమ్మరిసాని తన పొడవుపాటి తల వెంట్రుకకు ఒక బరువైన బండరాయిని కట్టుకొని, పైకి ఎత్తి, గిరగిరా తిరుగుతుంది. ఇది ఎలా సాధ్యం అని మనం ఆలోచించే లోపున ఆ యంశం ముగుస్తుంది.

ఈ దొమ్మరివారు కడు పేదవారు. వీరికి ఉండడానికి ఇల్లుగాని, కడుపునిండా తినడానికి తిండిగాని ఉండవు. అయినా వీరు తమ కుల విద్యను నమ్ముకొని, కడు ఇడుములకు లోనవుతూ, జీవిస్తూ ఉంటారు. దొమ్మరిసాని గెడయెక్కి గిరగిర తిరుగుతూ చేతనున్న వేపకొమ్మ విసిరితే, అది పడిన దిక్కున పంటలు బాగా పండుతాయని సూచిస్తుందట. అందువల్ల గూడ పల్లెటూరువారు వీరిని ఆదరిస్తారు.

గరిడీ విద్య ;

ఇదొక తూర్పు గోదావరి జిల్లా జానపద కళారూపం. ఒక మైదానంలో ఒక పెద్ద భేరీని ఉంచి, దాని చుట్టూ ఈ జానపద కళాకారులు, పెద్ద ఇనుప గజ్జెలు, అందెలు ధరించి నిలబడతారు. వారి మధ్య వారి నాయకుడు నిలబడి, భేరీ మోగిస్తూ, కథాగానం చేస్తాడు. ఒక చరణం పాడిన వెంటనే ఆ భేరీని పై కాలంలో త్వరిత గతిని వాయిస్తాడు. వెంటనే భేరీచుట్టూ నిలబడినవారు తమ చేతుల్లో నున్న కర్రలను నేలపైని లయప్రకారం కొడుతూ, కాళ్ల అందెలను మోగిస్తూ నర్తనమాడతారు. ఈ భేరీ మోత, వారి అందెల చప్పుడు ఒకమైలు దూరం వినిపిస్తాయి. ఇదొక వీర రస ప్రధానంగల నర్తనం.

ఉరుములు :

పెద్ద, పెద్ద పీరణాలు మెడలో వేసుకొని వాయిస్తూ, శివుని కథలను పాడుతూ నృత్యం చేస్తారు. ఈ పీరణాలను వాయించడంలోనూ, పాట పాడడంలోను వీరు కొన్ని నియమ నిబంధనలను పాటిస్తారు. ఈ కళాకారులు వెనుకబడిన కులాలకు చెందినవారే అయినా వీరు పాటించే నిబంధనలు మనకు ఆశ్చర్యాన్ని కలుగ జేస్తాయి. ఈ పీరణ ధ్వని మేఘ గర్జనలా ఉంటుంది. అందువల్లనే వీరిని ఉరుములు అంటారు. వీరు శైవ భక్తులు. ఈ విద్య వారి కులవృత్తి. దీని మీదనే వారు జీవిస్తారు. వీరు అనంతపురం జిల్లాలో (రాయలసీమలో) ఎక్కువగా నున్నారు.

గురువయ్యలు :

వీరుగూడా శివభక్తులే వీరి వస్త్రధారణా, వీరు తలపైని పెట్టుకొనే ఎలుగుబంటి బొచ్చు టోపీ చూస్తే టిబెట్టుదేశ లామా నృత్య కళాకారుల వేషధారణలా కనబడుతుంది. వీరు ఒకచేత్తో మురళిని వాయిస్తూ యుంటే, ఇంకో చేత్తో డమరుకం వంటి వాయిద్యాన్ని వాయిస్తూ నాట్యం చేస్తారు. వీరూ రాయలసీమ వాసులే.

జముకులవారు :

వీరి వాయిద్యం ఒక కుంచంలా ఉంటుంది. ఈ కుంచం అడుగు చర్మంతో కప్పబడి ఉంటుంది. ఆ చర్మానికి మధ్యను ఒక నారును ముడి వేస్తారు. ఈ నారును రెండవ వైపునుండి లాగుతూ వదులుతూ, రెండవ చేత్తో మీటుతూ వివిధ తాళగతులను వాయిస్తూ, పౌరాణిక గాధలను పాడుతూ పల్లె ప్రజలకు వినోదం కలిగిస్తారు. ఈకళ తూర్పు తీరంలో ప్రచారంలో ఉంది.

కడ్డీ వాయిద్యం :

వీణలాంటి ఒక వాయిద్యాన్ని రెండు పుడకలతో వాయిస్తూ రామాయణాది కథలను గానంచేస్తూ వినోదం కలిగిస్తారు. వీరు కూర్చునే, ఆ వాయిద్యాన్ని వాయిస్తూ దాని శ్రుతిలో పాట పాడతారు. ఈ కళాకారులు కరీంనగర్ జిల్లాలో ఎక్కువగా ఉన్నారు.

పులి వేషం :

పెద్ద పులిలాగ వేషం వేసుకొని, డప్పు వాయిద్యానికి అనుగుణంగా దసరా, మొహరం పండుగలకు ఆడుతూఉంటారు. ఇదొక విశిష్టమైన ఆట. ఆంధ్రదేశమంతటా వుంది.

వీరు ఆఫ్రికాలోని నీగ్రో జాతికి చెందినవారు. పూర్వపు హైదరాబాద్ నైజాముల సైన్యంలో వీరొక భాగంగా ఉండేవారు. వీరినాట్యం ఉధృతంగా ఉంటుంది.

బుర్రకథ దళాలు :

"తందానాన తానె తందనాన – తందానతాన
తందానా బల్ రాజవందనాన – తందాతాన" అని పాడుతూ

నాయకుడు తన చేతనున్న తంబూరాను ఒక చేతితో మీటుతూ, రెండవ చేతితో తాళాలను వాయిస్తూ కథాగానం చేస్తూంటే, వంతపాట గాళ్లు బుర్రలను వాయిస్తూ, నర్తిస్తూ, పాడే ప్రక్రియను బుర్రకథ అంటారు. పూర్వం పిచ్చుక గుంట్లవారు, జంగాలు ఈ విధంగా కథలను పాడుతూ బాలనాగమ్మ, కాంభోజ రాజు, కామమ్మ, దేశింగురాజు, బొబ్బిలి యుద్ధం మొదలైన కథలను చెప్పేవారు. తరువాత, తరువాత రాజకీయ మతాలవారు తమ సిద్ధాంతాల ప్రచారానికి ఈ బుర్రకథను ఒక ప్రచారసాధనంగా ఉపయోగించు కొంటున్నారు. ఈ ప్రక్రియలో రాజకీయులు హాస్యాన్నికూడా చొప్పించి ప్రజలను ఆకట్టు కొంటున్నారు. ప్రస్తుతం అన్ని తెగలవారు ఈ విద్యను అభ్యసించి, ప్రదర్శిస్తున్నారు.

పాండవులు :

వీరొక ప్రాచీన తెగవారు. పురుషులు పాండురాజు కథలను మాత్రమే కథాగానం చేస్తారు. ఇతర కథలను చెప్పరు. అందుకే వీరిని పాండవు లన్నారు. వీరు చేతనున్న కిన్నెరలను మీటుతూ పాడుతూంటే మద్దెలవాడు వివిధ తాళగతులను వాయిస్తూ ఉంటాడు. వీరిలోని స్త్రీలు పచ్చబొట్లు పొడవడంలో సమర్థులు.

పల్నాటి సీమలో ఒక వీర తెగవారు ఒక చేత్తో ఖడ్గం, వేరొక చేత్తో డాలు పట్టుకొని, పాట పాడుతూ వీరపల్నాటి యుద్ధ కథను ప్రదర్శిస్తూ ఉంటారు.

గొబ్బి

గొబ్బి :

ఈ కళారీతి సాగరసీమంతటా ప్రచారంలో ఉంది. ధనుర్మాసంలో 'నెల' పెట్టిన తర్వాత ప్రతి గృహిణీ వేకువ జామునే లేచి, వాకిలి శుభ్రపరిచి, కల్లాపుజల్లి, చిత్రాతిచిత్రాలైన ముగ్గులు వేసి, వాటి మధ్య పేడ ముద్దను పెట్టి, పసుపు, కుంకుమలతో దానిని అలంకరించి, దానిని గుమ్మడి మొదలైన పువ్వులతో పూజిస్తుంది. ప్రతి సాయంత్రం దాని చుట్టూ ప్రదక్షిణలు చేస్తూ మరికొంత మంది ఆడవారితో కలిసి పాడుతూ ఆడుతుంది. ఆ తర్వాత గొబ్బిని రోజూ చిన్న చిన్న పిడకలుగాచేసి, దండగుచ్చి ఉంచుకొంటుంది. భోగిపండుగనాడు ఆ పిడక లన్నింటిని భోగిమంటలో వేసి, తలంటు స్నానంచేసి, పప్పు, బెల్లంతో పులగంచేసికొని ప్రసాదంగా ఆరగిస్తుంది. ఇది ఒక విధమైన దేవీ ఆరాధన అని చెప్పవచ్చును. తూర్పుతీరాన యెక్కువగా ఉంది ఈ ఆరాధన పద్ధతి.

సప్తతాళ భజన :

ఇదొక విశిష్టమైన ఆధ్యాత్మిక సంకీర్తన. ఈ సప్తతాళ భజనచేయడంలో తూర్పు గోదావరి జిల్లావారు ప్రసిద్ధులు. ఏడు తాళాల గతిలో చేతనున్న ఇత్తడి తాళాలను వాయిస్తూ, పాడుతూ వీరు భజనచేస్తారు. ఇటువంటి ప్రక్రియ అందరికీ సాధారణంగా అలవడదు. నృత్యకళాకారు లందరూ ఒక్కసారైనా ఈ సప్తతాళ భజనను చూడాలి. ఏకాహం, సప్తాహాలలో ఈ భజన బృందాలవారు పాల్గొని, ఒకరితో ఒకరు పోటీ పడుతూ ఈ భజనలు చేస్తూ ఉంటారు. వీరందరూ చక్కగా పాడగలరు.

బతకమ్మ :

దేవీనవరాత్రులలో కలశం పెట్టిననాటినుండి, ప్రతినిత్యం రకరాకాల పూవులను ఒక పళ్లెంలో గోపురంగా అమర్చి, ఇంటిముందు ఆ పూవుల బతకమ్మ దేవత పళ్లాన్ని ఉంచి, దీపాలు వెలిగించి, ఆ బతకమ్మ దేవతను పూజించి, పుణ్యస్త్రీలు దాని చుట్టూ ప్రదక్షిణలు చేస్తూ,

పాడుతూ ఆడతారు. ఈ విధంగా గౌరీదేవిని ప్రతినిత్యం ఆరాధిస్తారు. నవమినాటి పూజతో ఈ విధమైన గౌరీదేవి ఆరాధన ముగుస్తుంది. తెలంగాణాప్రాంతంలో ఈ విధమైన గౌరీ ఆరాధన ఉంది.

గుసాడీ నర్తనం :

నిజామాబాద్ జిల్లాలో నివసించే గిరిజనులు తమ ముఖాలను వివిధ రంగులు గల బుక్కాలతో అలంకరించుకొని, తమ తలపాగాలలో నెమలి ఫించాలను పెట్టుకొని, చేత కర్రలను ధరించి, వాటిని లయ ప్రకారం వాయిస్తూ, పాడుతూ, నర్తనమాడతారు. ఈ బృంద నర్తనంలో ఇతివృత్తమంటూ ఏదీ లేకపోయినా చూడడానికి ఆకర్షణీయంగా ఉంటుంది.

కోలాటం :

కోలాటంలో అనేక రకాలున్నాయి. ఇది బృంద నర్తనం. దీనిలో స్త్రీలూ, పురుషులూ గూడ పాల్గొంటూఉంటారు. ఈ కోలాటంలో రకరకాలైన పాటలు పాడుతూ ఉంటారు. ఈ కోలాట నర్తనం ఒక ఆంధ్రదేశంలోనే కాక భారత దేశ మంతటా ప్రచారంలో ఉంది. శ్రీశైలం, రామప్ప మొదలైన కొన్ని దేవాలయాలలో ఈ కోలాటం ప్రశస్తిని తెలిపే శిల్పాలు అనేకం ఉన్నాయి. ఈ కోలాటంలో జడకోలాటం, వలకోలాటం, లత కోలాటం మొదలైన అనేక రీతులున్నాయి. వీటిని కోపులనికూడా అంటారు. పూర్వం రాజాస్థానాలలో ఈ ఆటలో నిపుణులైనవా రుండేవారు. ఈ కేళికారీతి నేడుకూడా పల్లెపట్టులలో బహుళ ప్రచారంలో ఉంది. ఎన్నో రకాలైన పాటలను ఈ కోలాటంలో పాడుకోవచ్చును.

చిరుతల రామాయణం :

ఈ నృత్యరీతి ప్రత్యేకంగా తెలంగాణా ప్రాంతంలో రూపొందింది. ఇదొక విశేషమైన నృత్యకళారీతి. చిరుతల రామాయణం అనే ఒక ప్రత్యేక రామాయణాన్ని గానం చేస్తూ ఆడతారు. దీనిలో పాల్గొనే నర్తకులు రామాయణంలోని వివిధ పాత్రలను ధరించి వలయాకారంగా నిలబడతారు. వారి మధ్యను ఉస్తాదు, హార్మోనియం,

తబలా వాయించేవారు ఉంటారు. ఉస్తాదు ముందు పాట పాడగానే అందరూ బృంద గానం చేస్తారు. అతడు ఈల వేయగానే ఈ నర్తకులందరూ తమ చేతుల్లోని చిరుతలను మోగిస్తూ, చుట్టూ తిరుగుతూ ఆడతారు. రామాయణంలోని కొన్ని ఘట్టాలను ప్రదర్శించేటప్పుడు ఆ యా పాత్రధారులు సంభాషణ రీతిలో పాడతారు. ఆ తర్వాత మళ్లా బృంద నర్తనం చేస్తూ ఉంటారు.

చెక్క భజన :

చిరుతల రామాయణంలోని నర్తకుల్లాగ ఈ కళాకారులు వేషధారణ చేయరు, కాని వీరూ వలయాకారంగా నిలబడి, పాడుతూ, తిరుగుతూ, ఆడతారు.

జోగు ఆట

జోగు ఆట :

అష్టాదశ శక్తి పీఠాలలో ఒకటైన జోగులాంబ పీఠం అలంపురంలో ఉంది. ఆదిశక్తి అయిన ఆ దేవికి అంకితమైన స్త్రీలను జోగువారంటారు. ఈ జోగితలు లేక జోగులాంబలు అందరూ హరిజన వనితలు. వీరు ప్రధానంగా తెలంగాణా ప్రాంతంలోనే ఉన్నారు. వీరు రేణుకాదేవిని సేవిస్తూ, నృత్యకళను ఆరాధిస్తూ ఉంటారు. వీరు పల్లె ప్రజల వినోదార్థం పది, పన్నెండు రకాలైన ఆటలను ఆడగలరు.

బుట్ట బొమ్మలు :

పెద్ద, పెద్ద పొడుగుపాటి మేదర బుట్టలను, వాటికి తగిన తలలను అల్లించి, వాటిని పాములవాడు అతని భార్య; రాజు రాణీ; కృష్ణుడు గోపికలు మొదలైన పాత్రలుగా వాటిని అలంకరించి, ఆ బుట్టలలోనికి నర్తకులుదూరి ఆ పాత్రలకు అనుగుణంగా సన్నాయి మేళవాయిద్య ఆధారంగా నృత్యం చేస్తారు. వీరి కాళ్లకు గజ్జెలు ధరిస్తారు. వారి పాదాలుగూడా కనబడకుండా బుట్టల క్రింది అంచుకు గుడ్డ అంచులను అలంకరిస్తారు.

కారువా మేళం :

ఎనిమిదిమంది గోపికలు, ఎనిమిదిమంది కృష్ణుల వేషధారుల మధ్య రాధా కృష్ణుల వేషధారులుంటారు. వాయిద్య సంగీతానికి అనుగుణంగా వీరు ఆడతారు. "మోడి" ఆట ప్రధానంగా గల మరొక రకమైన "కారువా" కూడా ఉంది.

ఒవసీలు, ఉగ్గుగొల్లలు :

బీరప్ప దేవుని కీర్తిస్తూ, స్తోత్రం చేస్తూ, పూజిస్తూ వీరు ఆడతారు. చక్కని గానం, వాగ్ధాటి, లయ జ్ఞానం గల ఈ కళాకారులు రమణీయంగా హావభావాలను

ప్రకటిస్తూ నర్తన మాడడం వీరి విశిష్టత. వీరు తెలంగాణా ప్రాంతంలో ఎక్కువగా ఉన్నారు. ఇదే వీరి వృత్తి.

గుర్రం ఆట :

ఇదొక విశిష్టమైన కళాఖండం. ప్రస్తుతం ఇది గుంటూరు జిల్లాలో విరివిగా ఉంది. గుర్రం కాళ్లకు గజ్జెలు కట్టి, డప్పు వాయిద్యంలోని గతులకు తగినట్లుగా ఆ

గుర్రం ఆడేటట్టు దానికి నేర్పుతారు. కొన్ని తెగలవారి పెళ్ళిళ్లలో పండ్లి కుమారుడు ఆడపెళ్లివారింటికి తరలి వెళ్లేటప్పుడు అతడు ఈ గుర్రంపైని వెళ్తాడు. దారిమధ్యలో ఈ గుర్రం అక్కడక్కడ ఆగి నాట్యం చేస్తూ ఉంటుంది. దీనితోబాటు ఒక నర్తకి గూడా జానపద నర్తనాలను ప్రదర్శిస్తూ ఉంటుంది. ఈ విధమైన పెళ్లి ఊరేగింపు చాలా చక్కగా, ఆకర్షణీయంగా ఉంటుంది.

కత్తి సాము:

ఇది చూడదగిన ఒక కేళికా రూపం. రాజులు పోయారు. రాజ్యాలు అంతరించాయి. కత్తియుద్ధాలు అందరూ మరిచి పోయారు. ఆనాడు యుద్ధవీరులు కత్తులతో ఎలా యుద్ధం చేశారో మనకు తెలియదు. ఆ కత్తులు ఎటువంటివో మనకు తెలియదు. ఆ యుద్ధవీరులు యుద్ధం చేస్తున్నప్పుడు వేసిన అడుగుల తీరు అంతకన్నా తెలియదు కాని గంగమ్మ జాతరలో ఈ కత్తిసాము చేసేవారిని చూస్తే ఆనాటి వీరుల రణరంగ చాతుర్యం, వారు యుద్ధం చేసిన తీరుతెన్నులు అన్నీ కాకపోయినా కొన్నైనా మనకు తెలియగలవు.

రాయలసీమలో ముఖ్యంగా చిత్తూరు జిల్లాలో ఈ గంగమ్మ జాతర బాగా జరుగుతూ ఉంటుంది. ఈ జిల్లాలోని కార్వేటినగరం క్షత్రియ సంస్థానం. అక్కడ ఈ కత్తిసామును ప్రదర్శించే వారు కొంద రున్నారు.

కీలుగుర్రలు:

అసలు గుర్రాల ఆట వేరు, ఈ కీలుగుర్రాల ఆట వేరు. చెక్కతో చేసిన గుర్రాల వీపుకు మధ్యను మనిషి దూరేటంత కన్న ముంటుంది. ఆ కన్నంలో

నుండి వేషధారులు పైకి వస్తారు. వారు ఆ గుర్రంమీద సవారీచేస్తున్నట్టే ఉంటారు. సర్వసాధారణంగా రాజూ, రాణీ వేషాలను ఈ కళాకారులు ధరిస్తూ ఉంటారు. వీరి

మధ్య సంభాషణ పాటంతో సాగుతూ కడు చమత్కారంగా ఉంటుంది. పాటకు, దాని లయకు అనుగుణంగా చక్కని అడుగుల ప్రదర్శనతో నాట్యంచేస్తారు. ఈ కర్ర గుర్రాలకు సహజమైన రంగులువేసి, ఆభరణాది విశేషాలతో అలంకరిస్తారు. ఈ యాట తమిళనాడుకు చేరువగా నున్న ఆంధ్రప్రాంతాలలో ఉంది.

తప్పెట గుండ్లు :

మట్టిలోగాని, ఇనుప రకులోగాని చేసిన తప్పెటలను ఛాతీకి కట్టుకొని, రామాయణ, భాగవతాది కథలను గానం చేస్తూ, ప్రతి చరణం ముగియగానే రక రకాలైన అడుగులువేస్తూ, ఈ తప్పెటలను వాయిస్తూ, పురుష నర్తకులు నాట్యం

చేస్తారు. శ్రీకాకుళం జిల్లాలోని పల్లెలయందున్న యాదవ కళాకారులు ఈ విద్యను ఆరాధిస్తున్నారు. వీరి పాట, ప్రాంతీయయాసలో శోభిస్తూ, ఆట కడు రమణీయంగా ఉంటుంది.

డప్పుల నాట్యం :

డప్పు వాయిద్యం అతి ప్రాచీనమైంది. ఈ డప్పును ఆంధ్రలోని అన్ని ప్రాంతాల వారు వాయిస్తారు. డప్పులేని అమ్మవారి జాతర లేదనే చెప్పవచ్చును.

ఈ డప్పులు చిన్నా, పెద్దా అనేక పరిమాణాలలో ఉంటాయి. ఈ డప్పుల తయారీని బట్టి వీటిని తప్పెటలు, కనక తప్పెటలు అని కూడా అంటారు. ఈ డప్పు వాయి

ద్యంలో కడు నేర్పరులైన ప్రసిద్ధ వాయిద్యకులు ఉన్నారు. ఇతర నాట్యాలవారు చేసే నాట్యాలకు సహకరించడమే కాక, వీరే బృందాలుగా ఏర్పడి డప్పులు వాయిస్తూ నాట్యం చేస్తారు. కొందరు ఈ డప్పులమీద కొందరి పేర్లనుకూడా పలికించ గల సమర్థులు.

తోలు బొమ్మలు :

తోలు బొమ్మలాట అతి ప్రాచీనమైన కళారూపం. భారత దేశమంతటా ఈ కళ ఉన్నా ఆంధ్రుల కళారూపమే అత్యంత ప్రాచీనమైనదిగాను, అతి శ్రేష్ఠమైనది గాను పండితులు అభిప్రాయపడుచున్నారు. ఆంధ్రదేశం నుండే ఈ తోలుబొమ్మలాట తూర్పుదేశాలకు వెళ్ళి, ప్రచారమైనట్లు తెలుస్తున్నది. ఆంధ్రదేశంలో ఈ తోలు బొమ్మలను ఆకర్షణీయమైన రంగులతో అలంకరించడం గమనార్హం. చర్మంతో

ఈ బొమ్మలను తయారుచేసి వాటికి పాత్రోచితమైన అలంకరణ చేస్తారు. రామాయణ భాగవతాది కథలను పాడుతూ తెరపైన ఈ బొమ్మలను పాటకు అనుగుణంగా ఆడిస్తూ దృశ్య కావ్యాలను ప్రదర్శిస్తారు. ఈ కళ ఆంధ్రదేశమంతటా ఉన్నా, తూర్పు గోదావరి జిల్లాలోని కళాకారులు ఈ కళలో ప్రఖ్యాతులైనారు. రాయలసీమ, కోస్తా జిల్లాల్లో పురుషులు, స్త్రీలు ఈ బొమ్మలను ఆడిస్తారు. తెలంగాణాలో పురుషులుమాత్రం ఆడిస్తారు. రాయలసీమలో ముఖవీణ-అనే వాయిద్యాన్ని ఈ ఆటకు ఉపయోగిస్తారు.

కీలు బొమ్మలు ;

తోలు బొమ్మలలాగే చెక్కలతో గూడ బొమ్మలను తయారుచేసి ఆడించేవారు ప్రస్తుతం ఈకళ మన ఆంధ్రదేశంలో మరుగున పడి పోయినా, తమిళనాడు, కర్ణాటక రాష్ట్రాలలో నేడు కూడా ప్రచారంలో ఉంది.

ప్రభలు, వీరనాట్యాలు:

పరమ శివుని భార్య సతీదేవి పిలవని పేరంటంగా తన తండ్రి దక్షుడు చేస్తూ యుండిన యజ్ఞానికి వెళ్లింది. పరమ శివుని పైని తనకు గల కోపాన్ని దక్షుడు సతీదేవిపైని చూపించి, ఆమెను అవమానించాడు. ఆ యవమానాన్ని - భరించలేక

సతీదేవి ప్రాణ త్యాగం చేసింది. ఈ విషయం తెలిసిన శివుడు ఉగ్రుడై వీరభద్రుని సృష్టించి, ఆ యజ్ఞాన్ని ధ్వంసం చేయమన్నాడు. అప్పుడా వీరభద్రుడు వీరాంగం తొక్కుతూ ఆ యజ్ఞాన్ని నాశనం చేశాడు. ఈ ముచ్చట తూర్పు గోదావరి జిల్లాలోని ద్రాక్షారామంలో జరిగినట్లు పెద్దలు అంటారు. ఈ ద్రాక్షారామంలో ప్రసిద్ధమైన శివాలయ ముంది.

అలనాడు వీరభద్రుడు తొక్కిన వీరాంగమే వీరనాట్యంగా రూపొందినట్లు చెప్తారు. ప్రభలు కట్టి, వీరణ వాయిద్యాలపైని వీర రసాన్ని పలికిస్తూ వీరముష్టివారు, దేవాంగులు మొదలైన శైవ భక్తులు ఈ నాట్యాన్ని పర్వదినాలలో ప్రదర్శిస్తూ ఉంటారు. వీరు నాసరాలు వేస్తారు. ఖడ్గాలు చదువుతారు. వీర రస ప్రాధాన్యంగల నర్తనాలు చేస్తారు. ఉభయ గోదావరి జిల్లాలలో ఈ నాట్యం విరివిగా ప్రదర్శింప బడుతూ ఉంటుంది. అయినా ఇది ఆ జిల్లాలకే పరిమితం కాలేదు. శివరాత్రి నాడు జరిగే గుంటూరు జిల్లాలోని కోటప్పకొండ తిరునాళ్లలో గూడ తాటిచెట్టు ప్రమాణంలో ప్రభలను కట్టి, వాటిని ఊరేగిస్తూ ఈ నర్తనాన్ని ప్రదర్శిస్తూ ఉంటారు. వీర రస ప్రాధాన్యత గల ఈ వీరనాట్యం చూడతగ్గది.

వీర కోలలు :

ఇది ముఖ్యంగా వీర శైవులు ప్రదర్శించే ఆరాధనా నాట్యం. రౌద్ర, బీభత్స, భయానక రసాలను పోషిస్తూ ఈ వీర నాట్యాన్ని ప్రదర్శిస్తారు. ఈ నర్తకులు కంఠ సీమలోను, నాలుకలపైని శూలాలను గుచ్చుకొంటారు. రక్తాలు కారుతూ ఉంటాయి. అయినా వారికి బాధన్నది ఉండదు. "మహాదేవ శంభో" అంటూ స్తోత్రం చేస్తూ అడుతూ ఉంటారు. వీరకోలలను అంటే అత్యంత రమణీయంగా అలంకరించిన రెండు గెడలను చేతులలో పట్టుకొని ఆడుతూ ఉంటే వారి ఆటను, వారి భక్తి పారవశ్యాన్ని చూడ వలసిందేకాని వర్ణించడానికి అలవికాదు. కర్నూలు జిల్లాలో ఈ వీరావేశ అరాధనా కేళిక ప్రచారంలో ఉంది.

గరగలు :

శివలింగంపైని అయిదు పటగలను విప్పిన ఇత్తడి నాగును ఒక కరండంపైన పట్టుచీరె, వేప కొమ్మలు, పూల దండలతో అలంకరించి, ఆ కుండను తలపైన పెట్టుకొని, ఆడతారు. దీన్ని గరగ నృత్యం లేక ఘట నృత్య మని అంటారు. ఈ గరగ నృత్యం లేని అమ్మవారి పండగ ఉభయ గోదావరి జిల్లాలలోనూ జరగదు. ఈ గరగనృత్యానికీ డప్పుల లయ వాయిద్యం ప్రధానంగా ఉంటుంది.

సింహాద్రి అప్పన్న సేవ :

ఒక పెద్ద ఇత్తడి దీపపు సెమ్మెను ఉంచి, పెద్ద, పెద్ద ఇత్తడి తాళాలను ధరించి, వాటిని వాయిస్తూ, "హరి హరి నారాయణా! ఆదినారాయణా! కరుణించి మమ్మేలు కమల లోచనుడా!" అని పాడుతూ దానిచుట్టూ ఆడతారు. విశాఖపట్నం జిల్లాలోని సింహాచలం పైని వెలసిన నరసింహుని, అప్పన్నదేవుణ్ణి సేవిస్తూ, ఆరా

ధిస్తూ ఈ విధంగా నర్తనమాడతారు. విశాఖపట్నం, విజయనగరం, శ్రీకాకుళం జిల్లాలలో ఈ నర్తనం ఎక్కువ ప్రచారంలో ఉంది.

ఇంక గిరిజన నృత్యాలం గురించి తెలియజేస్తాను.

కొమ్ము లంబాడీలు :

ఆదిలాబాదు జిల్లా అడవులలో నివసించే గిరిజనులు ఈ కొమ్ము లంబాడీలు. ఈ కొమ్ము లంబాడీ స్త్రీలు కురులను నున్నగా దువ్వుకొని, నడినెత్తిన కొప్పు పెట్టుకొని దానిని ఒక కొమ్ముతో నిటారుగా అలంకరించుకొని, దాని పైని ముసుగు వేసుకొంటారు. అందువల్ల వీరిని కొమ్ము లంబాడీ లంటారు. వీరు కడు సుందరులు,

నృత్య, గాన ప్రియులు. వీరికి నృత్యగానాలు తప్ప వేరే వినోదక్రీడలు పూర్వం ఉండేవి కావు. అందువల్ల వీరి జీవితాలు నృత్యగానాలతో పెనవేసికొన్నాయి. వీరు వివిధ రకాలైన నృత్యాలను ప్రదర్శిస్తూ ఉంటారు.

రాజ గోండులుకూడా ఈ ప్రాంతంవారే. వారి దేవతల జాతర్లలో ప్రత్యేక నర్తనాలను ప్రదర్శిస్తూ ఉంటారు.

సవరలు :

శ్రీకాకుళం జిల్లాలోని పాతపట్నం, పార్వతీపురం, మందసా ప్రాంతాలలోని అడవులలో వీరు నివసిస్తున్నారు. గిరిజను లందరిలోను వీరు అతి ప్రాచీనులు. నేటికీ వీరు చాలా వెనకబడి ఉన్నారు. పర్వదినాలలో స్త్రీ, పురుషు లందరూ కలిసి బృంద నాట్యాలు చేస్తారు. మెడనిండా వివిధ రకాలైన పూసలను, చేతులనిండా ఇత్తడి గాజులను, కొప్పులలో అందమైన పక్షి ఈకలను అలంకరించుకొంటారు. డప్పులు,

డోళ్లు, ముఖవీణ, మురళి, వెదురుకర్ర, కొబ్బరి చిప్పతో తయారుచేసిన చిన్నఫిడేలు, రెండు చిన్న తుంబలు, నాలుగు మెట్లుగల చిన్న వీణ వీరి వాయిద్యాలు. ''థింసా'' వీరి నాట్యాలలో ప్రత్యేకమైంది.

లంబాడీ, సుగాలీ, బంజారాలు :

వీరు గూడా అతిప్రాచీన గిరిజన తెగకు చెందినవారు. ఒకప్పుడు వీరు అడవులలో నివసించినా, ఇప్పుడు ఆ యడవి ప్రాంతాలను విడిచి పెట్టి, పట్నాలకు వచ్చి తెలుగు ప్రజలలో ఒక భాగంగా జీవిస్తున్నారు. వీరు కష్ట జీవులు. భవన నిర్మాణాల లోను, రోడ్ల నిర్మాణంలోను వీరు కూలీలుగా పనిచేస్తూ జీవితాలను గడుపుతూ

ఉంటారు. ఈ తెగలకు చెందిన స్త్రీలు అందకత్తెలు. వీరి వస్త్రధారణ అత్యంత రమణీయం. వీరి అద్దాల పరికిణీలు, జాకెట్లు ఆధునికులను ఆకర్షించాయి. ఈ తెగల స్త్రీ, పురుషులందరూ నృత్యగాన ప్రియులు. వీరి నృత్యంలో విశిష్టమైనది ఏదీ లేక పోయినా ఆంధ్రుల నాట్యానికి అఖిల భారత స్థాయిలో ఇది ప్రాతినిధ్యం వహిస్తున్నది. భారత ప్రభుత్వంవారు వీరి నృత్య భంగిమల్ని తమ గ్రంథాలలో ప్రచురించేటంతటి స్థాయికి ఇది వెళ్లింది. వీరు ఎక్కువగా బృంద నాట్యాలను ప్రదర్శిస్తూంటారు.

గోండులు, కోయలు :

గోండులు, కోయలు గూడ సవరలు, సుగాళీలు, గదబలవలె అడవులలో నివసించే గిరిజనులే. వీరుగూడా ప్రాచీన తెగలకు చెందినవారే. వీరి ఆచార వ్యవహారాలు

ప్రత్యేకమైనవి. వీరి జీవన విధానమే ఒక ప్రత్యేకత గలది. గిరిజనులను క్రైస్తవ మతస్థులను చేయడానికి ఆదినుండి విదేశీయులు ప్రయత్నిస్తూనే ఉన్నారు. ఈ ప్రయత్నంతోనే డాక్టర్ వారియర్ ఇల్ విన్ అనే ఒక క్రైస్తవ మత ప్రచారకుడు మన దేశం వచ్చాడు. ఈ గిరిజనుల ఆచార వ్యవహారాలను, సాంఘిక కట్టు బాట్లను చూసి, ముగ్ధుడై వాటిని గ్రంథస్తం చేశాడు. ఇటువంటి వారిని క్రైస్తవు లుగా మార్చడం పాపంగా తలచి అతడే గోండు మతాన్ని స్వీకరించి, గోండువనితను పెండ్లిచేసికొన్నాడు. ఆంధ్రప్రదేశ్, మధ్యప్రదేశ్ రాష్ట్రాలను కలుపుతున్న అడవి ప్రాంతాలలో ఈ గోండు లున్నారు.

కోయలు భద్రాచలం అడవులలో ఉన్నారు. ఎద్దుకొమ్ములతో- వీరు తలపాగా లను అలంకరించుకొని, గవ్వల ఆభరణాలతో ముఖాలను మరుగు పరచుకొని, పెద్ద పెద్ద మద్దెలలను వాయిస్తూ నృత్యమాడతారు. వీరి 'బిసన్ నృత్యం' ప్రసిద్ధమైంది.

చెంచులు :

రాయలసీమలోని కర్నూలు నల్లమల అడవులలో ఈ చెంచులు నివసిస్తున్నారు. వీరు గిరిజనులే అయినా శ్రీశైల మల్లికార్జుణ్ణి వీరు సేవిస్తున్నారు. హిరణ్యకస్యపుని

సంహరించి, ప్రహ్లాదుని రక్షించిన ఉగ్ర నరసింహమూర్తి తన ఆగ్రహాన్ని శాంత పరచుకొనడానికి ఈ నల్లమల అడవులలో సంచరిస్తున్నప్పుడు ఈ చెంచువారి ఆడపడుచు చెంచులక్ష్మి ఆయనకు ఎదురుపడింది. ఈమెను చూడగానే ఆ ఉగ్రనరసింహమూర్తి ప్రేమలో పడ్డారు. ఆయన కోపమంతా పోయింది. చెంచులక్ష్మిని పెండ్లి చేసికొన్నాడు.

ఈ చెంచువారి నర్తనాలు బృంద నర్తనాలు. కొన్నిటిని స్త్రీలు, కొన్నిటిని పురుషులు ప్రదర్శిస్తూ ఉంటారు, మరికొన్నిటిని స్త్రీ, పురుషులు కలిసి ప్రదర్శిస్తారు. నృత్యం ఈ గిరిజనుల జీవితంలో ఒక భాగం.

ఈ జానపద, గిరిజన నృత్యాలకంటే అత్యంత రమణీయమైన పోతరాజు గావు పట్టడం గురించి ఇక్కడ తెలియ జేస్తాను.

సుమారు 150 సంవత్సరాల క్రితం కొందరు మహంకాళీ భక్తులు ఉజ్జయిని నుండి ఒక మహంకాళీ విగ్రహాన్ని సికింద్రాబాదు తీసికొని వచ్చారు. దానిని లస్కరు వద్ద ప్రతిష్ఠించారు. ఈమె మహంకాళీయే అయినా చూడ్డానికి కలకత్తా కాళికాదేవిలా నల్లగా భయంకరంగా ఉండదు; కాళిదాసుకు ప్రసన్నమైన ఉజ్జయినీ దేవిలా ఎర్రగా ఉగ్రరూపంలో ఉండదు, ఈ అంబది ప్రసన్న వదనం. విగ్రహం చిన్నదిగా అందంగా ఉంటుంది. ఎర్రని జూట్టులో కళకళ లాడుతూ చూడ ముచ్చటగా ఉంటుంది.

ఈ తల్లికి ప్రతి సంవత్సరం జాతర జరుగుతుంది. ఈ జాతరకు తెలంగాణా నలుమూలనుండి లక్షలాది మంది భక్తులు వస్తారు. పూర్వం ఈ తల్లికి కూడా జంతు బలి ఉండేది, కాని ఇప్పుడు లేదు. ఈ తల్లికి ఘటం పెట్టిన నాటినుండి ఒక భక్తుడు తన తలమీద ఏడు కుండలను ఒకదాని మీద ఒకటి పెట్టుకొని, పసుపు బట్టలు ధరించి, కాళ్లకు గజ్జెలు కట్టుకొని, భుజానికి జోలె వేసుకొని, రెండు చేతులతో డప్పు వాయిస్తూ, నృత్యం చేస్తూ, ఇంటింటికి వెళ్లి అమ్మ పేర భిక్షాటన చేస్తాడు. దినమంతా ఇలాగే తిరుగుతూ ఉంటాడు, నృత్యం చేస్తూనే ఉంటాడు. ఆ ఏడు కుండలు తలమీద అలాగే ఉంటాయి.

మన నర్తకులు కొంతమంది తలమీద చెంబు పెట్టుకొని, పళ్లెం మీద నిలబడి కొద్ది నిమిషాలు నృత్యం చేస్తే ప్రేక్షకులు చప్పట్లు కొడతారు అదొక మహా అద్భుత విషయంలాగ. మరి ఈ పోతరాజు రంగమెక్కిన ఈ కుండల నాట్యానికి ఈ పోత రాజును ఎలా ప్రశంసించాలి? మన నర్తకులే చెప్పాలి.

ఈ జాతర రోజున మరొక అద్భుత విషయం జరుగుతుంది. ఈ అమ్మ యాలయం ముందు ఒక గొయ్యి తవ్వుతారు. దానిలో అప్పుడే తయారు చేసిన పచ్చి మట్టి కుండను దోర్లిస్తారు. గ్రీస్ దేశంలోని డెల్ఫిగ్రేస్ వంటి ఒక గణాచారిణి ఈ యాలయానికి ఉంది. ఈమె వేకువజామునే తలంటి స్నానం చేసి, ఒంటినిండా పసుపు రాసుకొని, సింధూర తిలకం పెట్టుకొని, పసుపు వస్త్రాలు ధరించి, తల విరబోసుకొని ఆలయానికి వచ్చి, ఆ పచ్చి కుండమీద నిలబడుతుంది. ఆమెకు గుగ్గిలం పొగ వేస్తారు. ఆమె అంబను స్తుతిస్తుంది. అప్పుడు ఆ యమ్మ పూనుతుంది. ఆమెకు పూనకం వస్తుంది. ఆమె ఆ పూనకంలో ఊగిపోతూ ఆ రాబోయే సంవత్సరంలో జరగ బోయే శుభాశుభాలను చెబుతుంది. అప్పుడు గాని ఆ పచ్చికుండ పగిలిపోతే దేశానికి ఘోర విపత్తు సంభవించనున్నట్లు భక్తులు భావిస్తారు, ఆమె చెప్పేవన్నీ నిజమౌతాయంటారు. ఇదొక వింత ఆచారం, వింత నమ్మకం, ఉజ్జయినిలో గూడ ఇటువంటి ఆచారం లేదనే అనుకొంటాను.

ఈ సందర్భంలో డప్పులు వాయిస్తూంటే పోతరాజు నాట్యం చేస్తాడు. ఇదొక విశేష నర్తనం.

డొక్కల గుడివద్ద "గావు" పట్టే ఆచారం ఒకటి ఉంది. ఈ మహంకాళీ జాతర వేరు, దసరాలో జరిగే దేవీ నవరాత్రుల ఉత్సవాలు వేరు. ఈ దేవీ పూజలు వేరు, ఈ వినోదాలు వేరు. ఈ పూజ పూర్తిగా శక్తి ఆరాధనా విధానానికి చెందినది. ఈ సమయంలో "బోనాలు" తీస్తారు. ఈ బోనాలు సంబరాలు కడు రమణీయంగా ఉంటాయి.

* * *

ఆంధ్రప్రదేశ్‌లోని 'ఆంధ్ర నాట్యం' పాఠశాలలు

1 నటరాజ నృత్య నికేతనం, విశాఖపట్నం
2 నటరాజ నృత్య నికేతనం, నర్సీపట్నం
3 నటరాజ నృత్య నికేతనం, కాకినాడ
4 నటరాజ నృత్య నికేతనం, పిఠాపురం
5 శ్రీ నటరాజ నృత్య నికేతనం, రాజమండ్రి
6 ఆంధ్రనాట్య పీఠం, విజయవాడ
7 శ్రీ గిరిజా నృత్య నికేతనం, తెనాలి
8 నటరాజ నృత్య నికేతనం, గుంటూరు
9 నటరాజ నృత్య నికేతనం, ఒంగుటూరు
10 నటరాజ నృత్య నికేతనం, బిట్రగుంట
11 నటరాజ నృత్య నికేనతం, కర్నూలు
12 నటరాజ నృత్య నికేతనం, ద్రోణాచలం
13 నటరాజ రామకృష్ణ నృత్య నికేతనం, గద్వాల
14 నృత్య నికేతనం, హైదరాబాదు
15 నృత్యాంజలి, హైదరాబాదు
16 నటరాజ నికేతన్, హైదరాబాదు
17 పేరిణీ ఆర్ట్స్ అకాడమీ, హైదరాబాదు
18 నటరాజ నృత్య నికేతనం, సంగారెడ్డి
19 శ్రీ నటరాజ రామకృష్ణ నృత్య నికేతనం, సిద్ధిపేట
20 నటరాజ నృత్య నికేతనం, సిరిసిల్ల
21 కళా భారతి, నిజామాబాదు
22 కళా భారతి, బోధన్
23 కళా భారతి, కిసాన్ నగర్
24 కళా భారతి, ఆర్మూర్
25 శ్రీ రాజరాజేశ్వరీ నృత్య నికేతనం. వేములవాడ
26 ఊర్వశీ కళా స్రవంతి, కరీంనగర్
27 నటరాజ నృత్య నికేతనం, గోదావరిఖని
28 కోలమ్ స్కూలు, ఉట్నూరు, తాండూరు
29 పేరిణీ ఇంటర్ నేషనల్, హైదరాబాదు

మీరు చదవ వలసిన చిన్న పుస్తకాలు

1 ఆంధ్ర నాట్యం — ఆలయాలు

2 ఆంధ్ర నాట్యం — నాట్యశాస్త్రాలు

3 ఆంధ్ర నాట్యం — ఆలయ నృత్యాలు

4 ఆంధ్ర నాట్యం — ఆస్థాన నర్తనాలు

5 ఆంధ్ర నాట్యం — అమర నర్తకులు

6 ఆంధ్ర నాట్యం — అభినయం

7 ఆంధ్ర నాట్యం — కూచిపూడి నాట్యం

8 ఆంధ్ర నాట్యం — పేరిణి - నవజనార్దనం

9 ఆంధ్ర నాట్యం — ప్రజా నర్తనాలు

11 ఆంధ్ర నాట్యం — భరత నాట్యం

ప్రచురణ : పేరిణీ ఇంటర్ నేషనల్

ప్రతులకు : విశాలాంధ్ర పబ్లిషింగ్ హౌస్
బ్యాంక్ స్ట్రీట్, హైదరాబాదు-500 001

ఒక్కొక్కటి : రూ॥ **5/-**

రానున్న గ్రంథాలు

ఆంధ్ర నాట్యం — పరిశోధన పరిచయం

భరత శాస్త్రం — ప్రశ్నలు, సమాధానాలు

www.ingramcontent.com/pod-product-compliance
Lightning Source LLC
LaVergne TN
LVHW021428240825
819400LV00048B/1079